JÉSÙ NÍ FẸ́ MI
Jesus Loves Me!

Written by
Morolake Ojuola

Illustrated by
Patricia Edlyn

Dedicated to all Nigerian Children born in Diaspora. You are loved. You come from a long line of great people. Never forget that!

Special Thanks to Dr. Mrs. Bolanle Sogunro, Mrs. Adedamoye Oshomoji, and my husband Mr. Olatunji Ojuola

Copyright © 2024 Morolake Ojuola

All rights reserved. No portion of this book may be reproduced, stored in a retrieval system or transmitted in any form, by any means - electronic, mechanical, photocopy, scanning, recording, or any other means except for brief quotation in reviews, without the prior written permission of the publisher.

Contact Information - plantedandrooted.co@gmail.com
www.rootedandplanted.co

Printed and Distributed globally
by Ingram Lightning Source

Hardcover ISBN 979-8-8693-7531-5
Paperback ISBN 979-8-8693-8617-5

2 4 6 8 10 9 7 5 3 1

This book belongs to:

Jésù nífẹ mi!
Jesus Loves Me!

Ó dámi lójú pé
I am so sure

Jésù nífẹ mi.
Jesus Loves Me.

Jésù ń tọ́jú mi!
Jesus takes care of me!

Níbi kíbi tí mo bá lọ,
No matter where I go,

níbi kíbi tí mo bá wà,
no matter where I am,

Jésú ń tọ́jú mi.
Jesus takes care of me.

Jésù nífẹ mi.
Jesus Loves Me.

Bí mo ṣe ń dàgbà,
As I grow bigger,

bí mo ṣe ń gbọ́n si,
as I become wiser,

Jésù nífẹ mi.
Jesus Loves Me.

Jésù wà pèlú mi nígbà gbogbo.
Jesus is always with me.

Ó ń bẹ lápá ọ̀tún mi, Ó ń bẹ lápá òsì mi.
He is beside me - on my left and on my right.

Ó ń bẹ níwájú mi, Ó ń bẹ lẹ́hìn mi.
He is before me and behind me.

Bí mo ṣé ń ṣeré pẹ̀lu àwọn ọ̀rẹ́ mi,
Even when I play with my friends,

Jésù wà pẹ̀lú mi.
Jesus is with me.

Jésù nífẹ mi!
Jesus Loves Me!

Jésù ń gbọ́ ohùn mi,
Jesus hears my voice,

Ó ń tẹ́tí sí ọ̀rọ̀ mi àti gbogbo ohun tí mo bá n sọ,
He listens to me and all I have to say,

Jésù ń tẹ́tí sí ohùn mi.
He pays attention when I call.

Jésù ń gbọ́ ohùn mi.
Jesus hears my voice,

Jésù nífẹ mi!
Jesus loves mi!

Jésù ń rí mi, Jésù ń fìṣọ́ Ẹ̀ ń ṣọ́ mi.
Jesus sees me, Jesus watches over me.

Tí mo bá fara pamọ́ sínú òkùnkùn,
Even when I hide in the dark,

tàbí sínú igbó tó dí gan,
or in the thick of the forest,

tàbí sínú agbami òkun,
or in the depths of the sea,

**Jésù ń rí mi, Jésù ń fíṣọ́ Ẹ̀ ń ṣọ́ mi,
ojú Rẹ̀ mọ́lẹ̀ sími lára.**
Jesus sees me, Jesus watches over me.

Jésù nífẹ mi!
Jesus Loves Me!

Jésù ń pa mí mọ́, Ó ń tọ́mi sọ́nà.
Jesus protects me, He guides me.

Òun ni olùṣọ́-àgùtan mi; ìfòyà kòsí fúnmi!
He is my shepherd, I have no reason to worry!

Ó múmi dùbúlẹ̀ nínu pápá oko tútù;
He makes me lie down in green pasture;

Ó múmi lọ sí ìha omi dídákẹ́-rọ́rọ́.
He leads me beside quiet waters.

Ah! Jésù ń pa mí mọ́,
Yes! Jesus protects me,

Jésù nífẹ mi!
Jesus Loves Me!

Jésù nífẹ mi!
Jesus Loves Me!

Jésù ń kọrin ayọ̀ lórí mi;
Jesus rejoices over me with singing;

Ó ń yọ̀ lórí mi pẹ̀lú ijó;
He rejoices over me with dancing;

Ó ń yọ̀ lórí mi pẹ̀lú ayọ̀;
He rejoices over me with joy;

Ó ń yọ̀ lórí mi pẹ̀lú orin;
He rejoices over me with singing;

Jésù nífẹ́ mi!
Jesus Loves Me!

Jésù nífẹ mi, olùpèsè mi ló jẹ́.
Jesus loves me, He is my provider.

Ó ń tẹ́ tábílì oúnjẹ sílẹ̀ níwájú mi, èmi kì ó ṣe aláìní.
He sets a table before me, I will not lack anything.

Jésù nífẹ mi!
Jesus Loves Me!

About The Author

Morolake Ojuola is on a mission to help parents and caregivers raise rooted and grounded kids by introducing them to timeless values based on God's word in a fun, colourful, and exciting way. When she's not brainstorming on a project for kids, you'll catch her dancing, singing, painting, and rolling on the floor doing messy play with her son. She is a Mom, Wife, International Speaker and above all, a woman with a heart for God.